1

one

eyokan

2

two

meji

3

three

mẹta

4

four

mẹrin

5
five

marun

6
six

mefa

7
seven

meje

8
eight

mẹjọ

9

nine

mẹsan

10

ten

mẹwa

11

eleven

mọkanla

12

twelve

mejila

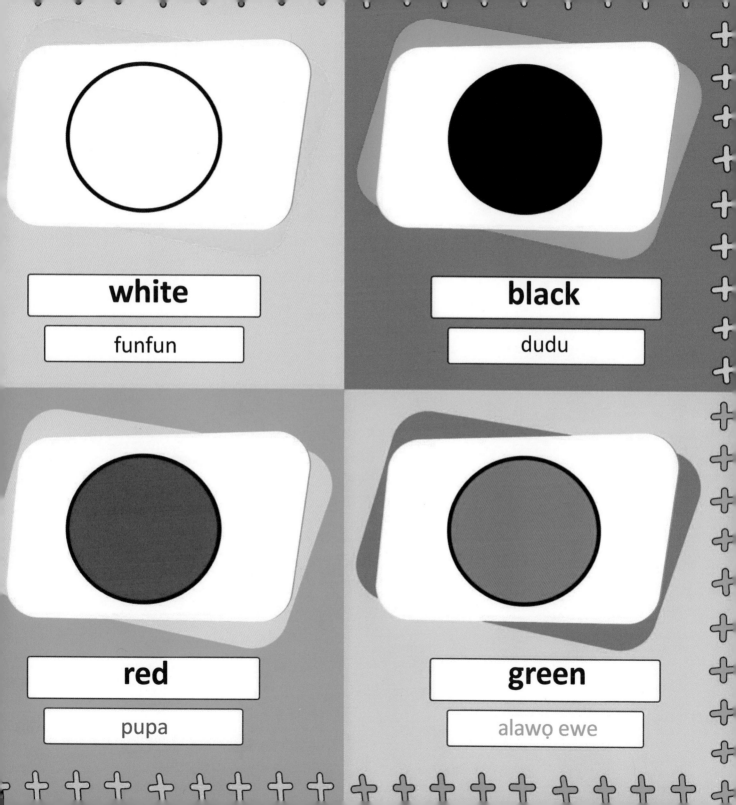

white

funfun

black

dudu

red

pupa

green

alawọ ewe

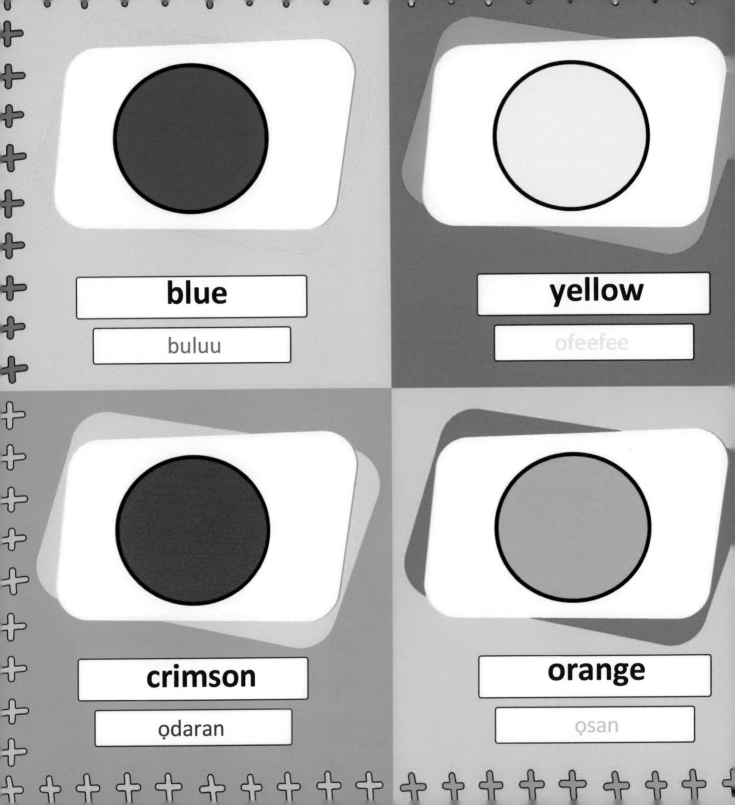

blue

buluu

yellow

ofeefee

crimson

ọdaran

orange

ọsan

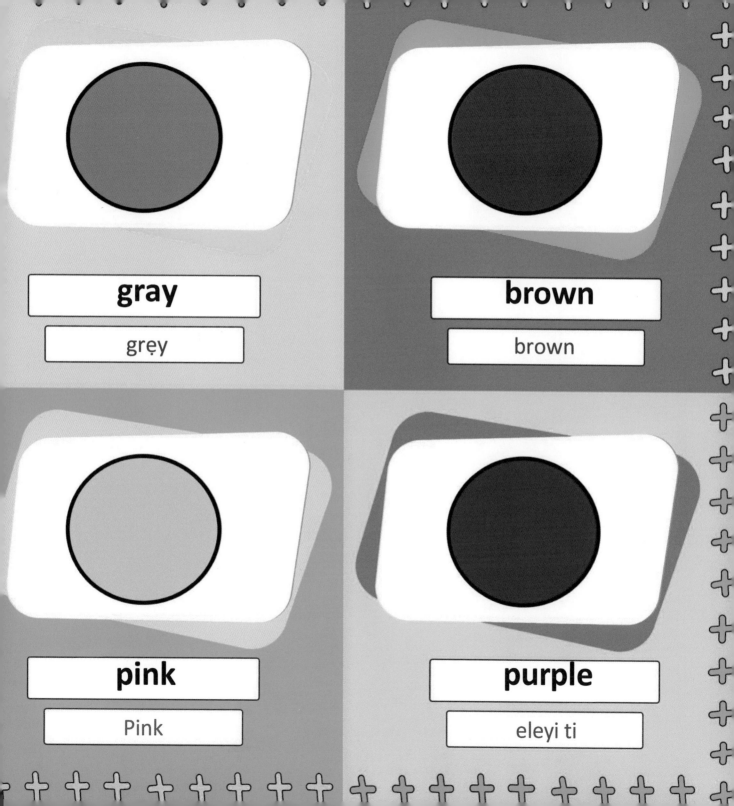

gray

grey

brown

brown

pink

Pink

purple

eleyi ti

grandpa

baba agba

grandma

iya agba

father

baba

mother

iya

brother

arakunrin

sister

arabinrin

son

ọmọ

daughter

ọmọbinrin

apple

Apu

banana

ogede

orange

ọsan

lemon

lẹmọnu

avocado

piha oyinbo

strawberry

iru eso didun kan

watermelon

Elegede

grape

eso ajara

pomegranate

pomegranate

pineapple

ope oyinbo

kiwi

KIWI

mango

mango

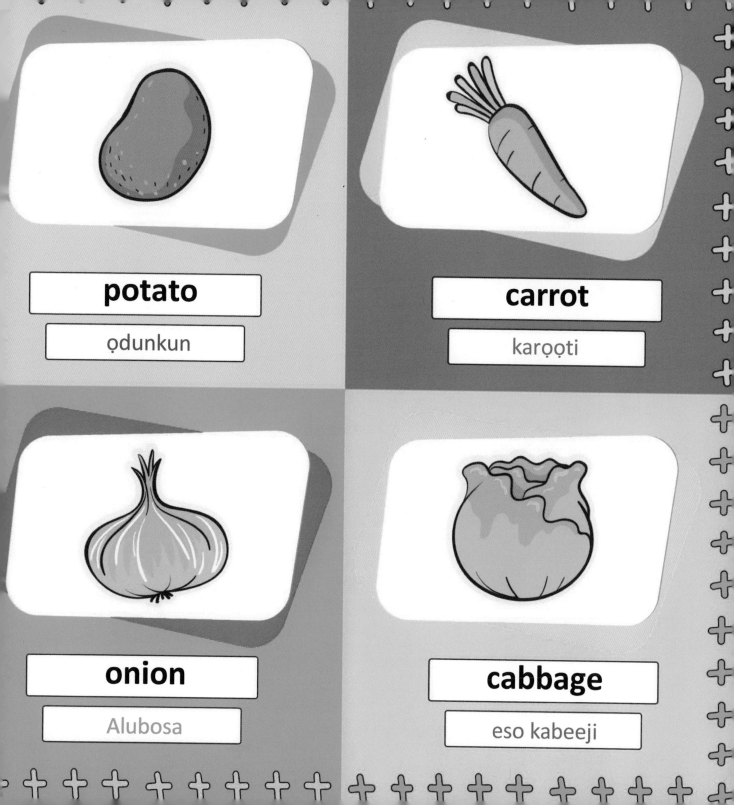

potato

ọdunkun

carrot

karọọti

onion

Alubosa

cabbage

eso kabeeji

Tomatoes

Awọn tomati

Cucumber

Kukumba

Lettuce

Orişi ewe

Peas

Ewa

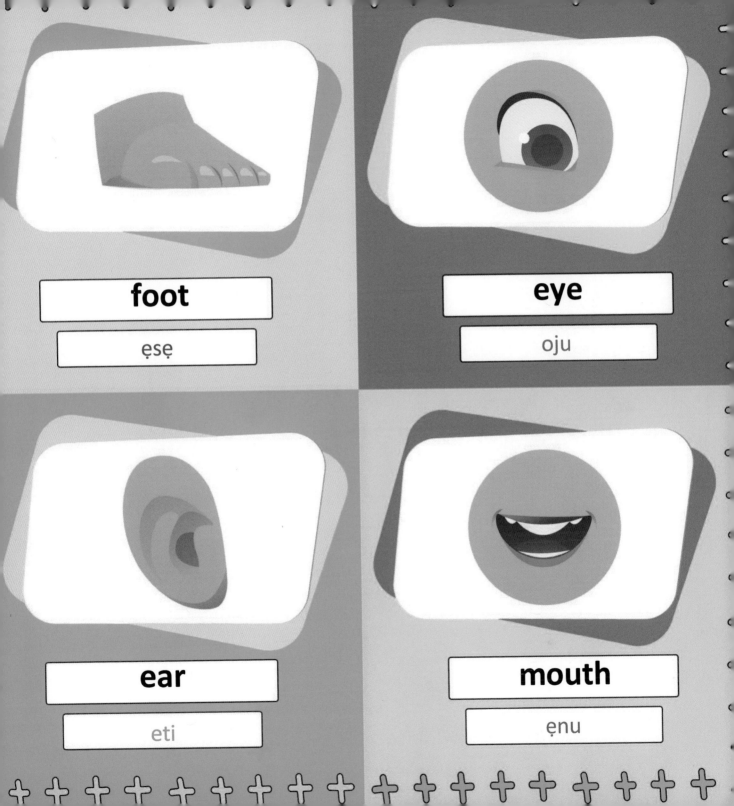

foot

ẹsẹ

eye

oju

ear

eti

mouth

ẹnu

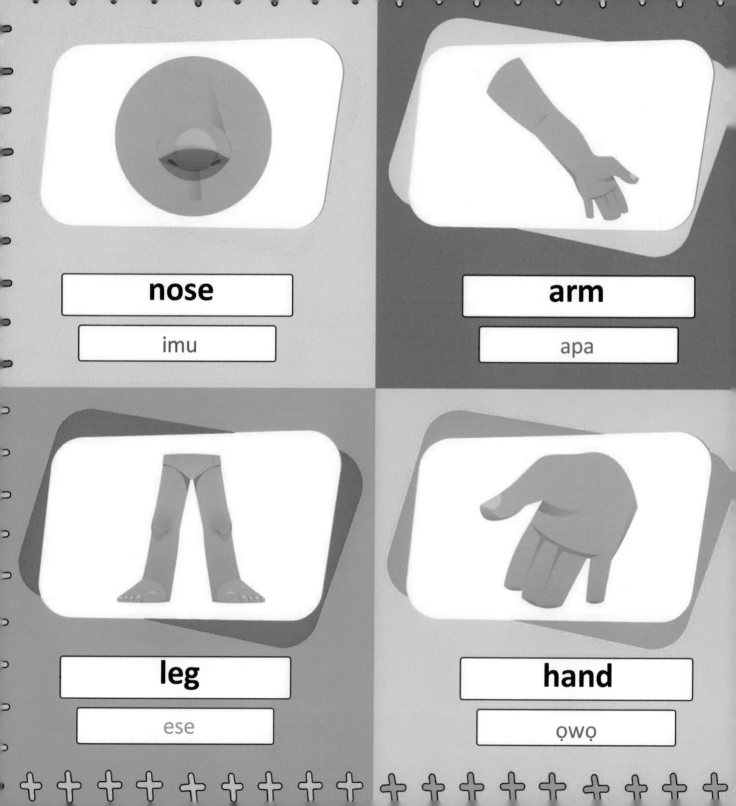

nose

imu

arm

apa

leg

ese

hand

ọwọ

dog

aja

cat

ologbo

fish

ẹja

horse

ẹṣin

chicken

adiẹ

sheep

agutan

frog

àkèré

rabbit

Ehoro

monkey

ọbọ

Pig

Ẹlẹdẹ

cow

Maalu

goat

ewurẹ

doctor

dokita

chef

Oluwanje

fireman

panapana

farms

oko

Architect

Onise ayaworan

Policeman

Olopa

nurse

nọọsi

Lawyer

Amofin

car

ọkọ ayọkẹlẹ

taxi

takisi

fire truck

ina ikoledanu

ambulance

ọkọ alaisan

police car

ọkọ ayọkẹlẹ olopa

bus

ọkọ akero

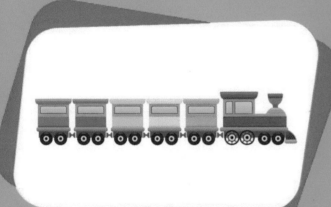

Train

Reluwe

airplane

Okoofurufu

socks

ibọsẹ

shoes

bata

t-shirt

t-shirt

hat

fila

Trousers

Awọn sokoto

dress

imura

jacket

jaketi

Sunglasses

Awọn gilaasi

winter

igba otutu

summer

igba ooru

spring

orisun omi

autumn

Igba Irẹdanu Ewe